உற்றுயிர்த்துத் தேடலாகி...

ஜெ.விஜயாராணி ஐ.ஏ.எஸ்

NCBH

நியூ செஞ்சுரி புக் ஹவுஸ் (பி) லிட்.,
41-பி, சிட்கோ இண்டஸ்டிரியல் எஸ்டேட்,
அம்பத்தூர், சென்னை - 600 050.
☎: 044 - 26251968, 26258410, 48601884

Language: Tamil
Utruuyirthuth Thedalagi
(Poems)

Author: **J.Vijayarani I.A.S.**

Fourth Edition: December, 2020

Fifth Edition: February, 2022

Copyright: Author

No.of Pages: 112

Publisher:

New Century Book House Pvt. Ltd.,

41-B, SIDCO Industrial Estate,

Ambattur, Chennai - 600 050.

Tamilnadu State, India.

Email: info@ncbh.in

ISBN. 978-81-2344-036-1

Code No. A4389

₹ 250/-

Branches

Ambattur (H.O.) 044 - 26359906 **Spenzer Plaza (Chennai)** 044-28490027
Trichy 0431-2700885 **Pudukkottai** 04322-227773 **Thanjavur** 04362-231371
Tirunelveli 0462-4210990, 2323990 **Madurai** 0452-2344106, 4374106
Dindigul 0451-2432172 **Coimbatore** 0422-2380554 **Erode** 0424-2256667
Salem 0427-2450817 **Hosur** 04344-245726 **Krishnagiri** 04343-234387
Ooty 0423-2441743 **Vellore** 0416-2234495 **Villupuram** 04146-227800
P o n d i c h e r r y 0413-2280101 **Nagercoil** 04652-234990

உற்றுயிர்த்துத் தேடலாகி...
(கவிதைகள்)

ஆசிரியர் : **ஜெ.விஜயாராணி ஐ.ஏ.எஸ்.**

நான்காம் பதிப்பு: டிசம்பர், 2020

ஐந்தாம் பதிப்பு: பிப்ரவரி, 2022

அச்சிட்டோர்: **பாவை பிரிண்டர்ஸ் (பி) லிட்.,**
16 (142), ஜானி ஜான் கான் சாலை, இராயப்பேட்டை, சென்னை - 14
☎: 044-28482441

All rights reserved. No part of this book may be reprinted or reproduced or utilised in any form or by any electronic, mechanical, or other means, now known or hereafter invented, including photocopying and recording, or in any information storage or retrieval system, without permission in writing from the publishers.

அணிந்துரை

எல்லாமே சொற்கள்தாம்..
குளத்தில் விழுவன மழைச்
சொற்கள்.
அடர்ந்த மரங்களின் கீழ்
விழுவன வெயிற் சொற்கள்.
கருக்கல் புற்களில்
பனிச் சொற்கள்.
அடை மழைக்கு முந்தைய
எறும்புச் சொற்கள்.
பவழப் பாறையின் தெளிந்த
தண்ணீர்ப் பிரதியில்
அசையும் மீன் சொற்கள்.
காலம் கைக்குக் கிடைக்கிற
இத்தகைய
சொற்களையள்ளி
அஞ்சாங்காய்
ஆடுகிற அழகுகளில்
விளைந்தவைதாம்
கவிதைகள்.

மலைக் காடுகளின்
மழைக் காடுகளின் வாழ்வுகள்
வற்றிப் போன
இந்தக்
கட்டடக் காடுகளின் நடுவே
கையெழுத்துகள்
போடுதற்கே நேரம் போதவில்லையே
எனப் பெருமூச்சு விடுகிற
பெரும்பணியின்
பொறுப்பில் இருப்பவர்களுக்கு
இந்தக்
கவிதைகளின் ஈரம்
வற்றாமலிருக்கிறதே
என்கிற வியப்பே எனக்கு!

ஆம்...
கோப்புகளின்
கையெழுத்துகளுக்கிடையே
கவிதைத் தோப்புக்குள்ளும்
விரலாற நடந்து வர வாய்த்த
ஒரு
கவித்துவ மனசின் அகத் தமிழ்
அடவுகளாகவே...
'கவிதாயினி விஜயாராணி'
அவர்களின்
இந்த
'உற்றுயிர்த்துத் தேடலாகி...'
என்கிற தொகுப்பிலுள்ள

கவிதைகளைப் பார்க்கிறேன்.
சின்னச் சின்ன மேகங்களின்
செல்லச் செல்லச் சாரல்களாய்
இவரது
கற்கண்டு கவிதைகள்
ஆலங்கட்டி மழையாய்
இறங்கி வந்து
நம் மனச்செடிகளை நனைத்து
மகிழ்விக்கின்றன.

மூச்சு முட்டும் குறுஞ்செய்தி
"அலைபேசியின்
சிறுவட்டம்..."
"அலைபேசி சிற்றலைகள்..."
என
கைப்பேசி காலத்தின்
கையடக்க
வெளிப்பாடுகளிலும்
காக்கைப்பாடினியாரின்
அகப்பாடல்களது
தவிப்புணர்வுகளே
பேரலைகளாய் வந்து
நம்மை
நனைத்துப் போகின்றன.
இவற்றைத்தான் கவிதை உத்தி என்கிறது அகமரபு.
அதனையே
இவர் 'கடல்புத்தியாகப்' பார்ப்பது
அழகாக இருக்கிறது.

"உயிர்மெய்யென
சர்வமும் சமர்ப்பித்து
உன் சுவாசம்
வீசுமிடமெல்லாம்
சருகெனச் சுழல்கிறேன்
சம்பிரதாயச்
செருப்பணிந்து
மிதித்து மிதித்துச்
செல்கிறாய்
நீ"

'சருகெனச் சுழல்கிறேன்'
என்கிற
அழகு, காட்சி ஓவியமாய்
கண்ணுக்குள் விரிகிறது.

"என்
குறுஞ்செய்தி
கேள்விகளுக்கு
ஒற்றை
வார்த்தை தாண்டி
வரிகளில் வரும்
விடைகளில்
தெரிகிறது
ஒரு
புள்ளியாய்
உன்
சிறு கரிசனம்"

ஆற்று வேகத்தில் தேங்கும்
நீரில்
தோன்றும் சுழலுக்குள்
இறங்கும்
சிறு இலையாய்...
அந்தச்
'சிறு கரிசனம்' என்கிற
நுட்ப ஈர்ப்பு.

"உயிரின் ஒரு பகுதி
இழந்தாற்போல்
உனை விட்டுச்
செல்வதா?
எது வரினும் வரமென
விடாது
பற்றிக் கொள்வதா?
பற்றி எரியும்
கேள்வித் தீ
என்னைப் பற்றி
தின்று விடுமுன்
பதில் சொல்லிவிடேன்!"

இதில் "பற்றி" எனும்
சொல் பற்றிப் பற்றி
வந்து நம் நெஞ்சில்
தொற்றிக் கொள்கிற
அழகு... சிறப்பு.
அன்பைச் சொல்லவும்...

அருளைச் சொல்லவும்...
கவிதையாய் பயன்பட்ட மொழி...
உடலுழைப்புக் காலத்தையதாகவும்
உடற் பயிற்சிக் காலத்தையதாகவும்
உரைநடை
ஆளுமை பெற்ற சூழலையும்
தாண்டி... மொழியைப்
படைப்பிலக்கியத்
தளத்திலிருந்து...
வணிக விளம்பர உத்திக்கானதென
மாற்றிவிட்ட
நெருக்கடிச் சூழலிலும்...

பல்வேறு பணி நெரிசல்களுக்கிடையிலும்...
படைப்பு மொழியை இழக்காமல்
கவிதைகள் எழுதுகிற
கவிதாயினி
'விஜயாராணி'
அவர்களை
மனமுவந்து பாராட்டுகிறேன்.

அன்புடன்

அறிவுமதி

வாழ்த்துரை

உற்றுயிர்த்துத் தேடலாகி... என்கிற இந்தக் கவிதைத் தொகுப்பு மென்மையான அன்பை உணர்த்தி பூங்காவில் அமர்ந்திருக்கும் நம்மைப் பூங்காற்று தழுவுவதைப் போன்ற உணர்வை ஏற்படுத்துகிறது.

அன்பு தன்முனைப்பை அழித்துவிட்டு நம்மை ஆக்கிரமித்துக் கொள்ளும் ஆற்றல் படைத்தது. காதலும் ஒருவித மரணம். ஆனால், அது உடல் சார்ந்தது அல்ல. தன்னுடையது என ஒருவர் எண்ணும் மனப்பான்மையைச் சார்ந்தது. '**என்னைச் செதுக்கிய நீ**' என்கிற தலைப்பில் **விஜயா ராணி** எழுதுகிறார்.

தான்!
எனும், என்னை
அழித்துவிட்டு
வெள்ளை
மனுஷியாக்கியது

'கடிகாரத் தவறு' என்கிற கவிதை காத்திருப்பவர்களுக்கு நொடியும் மணியாக நீளும் என்கிற சார்பியல் தத்துவத்தை வெளிப்படுத்துகிறது. திருவள்ளுவரின் காமத்துப்பாலிலும், ஷேக்ஸ்பியரின் நாடகங்களிலும் இத்தகைய காதலருக்காகக் காத்திருக்கும் வேதனையைக் காண முடியும்.

'புள்ளியாய்' என்கிற கவிதையில் "வார்த்தைகளைத் தாண்டி வரும் வரிகளில் இருக்கும் கரிசனம்" யதார்த்தத்தைச் சுட்டிக் காட்டுகிறது. எல்லாருமே அன்புக்காகக் கையேந்தும் யாசகர்களாகவே இருக்கிறார்கள்.

மௌனம் மகத்தானது. அன்பு அபரிமிதமாக வெளிப்படும்போது சொற்கள் தோற்றுப் போகின்றன. உள்ளத்தை உதடுகளால் மொழி பெயர்க்க முடியாதபோது சொற்கள் ஊனமாகிவிடுகின்றன.

'நீயும் நானும்' என்கிற கவிதையில் அளவற்ற அன்பின் முன்பு மௌனமாகி விடும் மனத்தை கவிஞர் பிரதிபலிக்கிறார்.

எண்ணங்களை
மனது கோர்த்து
முடித்திடும் முன்னரே
வார்த்தைகளால் சேர்த்து
பிரவாகமாக்கிவிடும்
நீயும்!
வாழ்தலுக்குத் தேவையான
வார்த்தைகளைக் கூட
மௌனங்களால்
பேசிக் கொண்டிருக்கும்
நானும்!

"ஒருமை" என்பது நேசமுடன் பழக ஆரம்பித்ததும் பிரியமுள்ள பெண்கள் காட்டும் நியாயமான எதிர்பார்ப்பு. தனிமையில் அமர்ந்து அமைதியாக வாழ்வின் நுட்பத்தை தரிசித்து எழுதியிருக்கிறார்.

"ஒருமையில்
அழைத்தால் கூட
உள்ளத்தின் அருகில்
வந்து விடுவேனோ என்று
என்னைத் தள்ளியே
வைத்திருக்கும்
உன்னைத்தான்
நொடிப்பொழுது கூட
நீங்கிடாது
உள்ளமெல்லாம்
சுமந்து கொண்டு திரிகிறேன்
நான்!"

அதைப் போலவே 'யுகங்கள் கடந்து' என்கிற கவிதையும் 'சம்பிரதாய செருப்பு' என்கிற கவிதையும் சிலாகிக்க வைக்கின்றன.

'உயிர் மெய்யென
சர்வமும் சமர்ப்பித்து
உன் சுவாசம்
வீசுமிடமெல்லாம்
சருகெனச் சுழல்கிறேன்
சம்பிரதாய
செருப்பணிந்து

மிதித்து மிதித்து
செல்கிறாய் நீ!'

'நிச்சயமே இல்லாமல்' என்கிற கவிதையில் எதிர்பார்க்கிற அன்பு கிடைக்காதபோது ஏற்படும் ஏமாற்றத்தை கவித்துவத்தோடு பதிவு செய்திருக்கிறார்.

"உன்னைப் பிடிக்கும்" என்ற
ஒற்றை வார்த்தை
சொல்வி என்றேனும்
உயிரில் நெடுநாளாய்
உன்னைச் சுமக்கும்
பாரம்
இறக்கிடுவாயென
என்றிலிருந்தோ
காத்துக்கிடக்கிறேனடா
நிச்சயமே இல்லாமல்!

இந்தத் தொகுப்பை எழுதிய **விஜயா ராணி** படைப்புலகில் மேலும் பல நல்ல கவிதைகளை எழுதிட என்னுடைய வாழ்த்துகளைத் தெரிவித்துக் கொள்கிறேன்.

வாழ்த்துகளுடன்

வெ.இறையன்பு
ஐ.ஏ.எஸ்

என்னுரை!

வாழ்க்கை என்பது குடும்பம், வீடு, வசதி, வேலை, அந்தஸ்து என்று பல காரணிகளால் ஆனதாக நம்பப்பட்டு வருகிறது. ஆனால், வாழ்தல் என்பது உணர்வுகளால் ஆனது. உணர்வுகள் நேசத்தாலும், காதலாலும் உயிரூட்டப்படுபவை.

'காதல்' - ஒரு ஆணுக்கும் பெண்ணுக்கும் இடையில் அரும்பும் அழகான புரிதல், நேசம்... எத்தனையோ பேரை சந்திக்கிறோம், எத்தனையோ பேரைக் கடக்கிறோம். ஆனால் எவரோ ஒருவரிடத்தில் தோன்றும்... வளரும்... இந்த அழகான நேசம் எல்லாமே பொதுவாய் நான்கு முடிவுகளுக்குள் கட்டுப்பட்டு விடும். இனிதாய் இருவரும் கைகோர்த்து வாழ்க்கையை வாழக்கூடும் அல்லது இருவரைச் சார்ந்த உறவுகளின் பொருட்டு நேசம் மரித்துப் போக தாங்கள் எங்கோ வாழக்கூடும் அல்லது இருவரில் ஒருவர் தங்களை சிறைபடுத்தும் சம்பிரதாய

அலங்காரங்களை உயிர்ப்புடன் வைத்திருக்க மனதை மரணிக்க வைத்து பிரிந்து வாழக்கூடும் அல்லது நேசத்தை வாழ வைப்பதாய் சொல்லிவிட்டு, தாங்கள் மரணித்து போகக்கூடும், இப்படித்தான் கிடக்கிறது காலம்காலமாய் இந்த காதல், இதைப் பற்றி துளித்துளியாய் கவிதை வடிவில், என்னை கடந்த, நான் கடந்த, கண்ட, கேட்டவற்றை உணர்ந்தவற்றை கவிதைகளாய் எழுத முயன்றிருக்கிறேன்.

பல ஆண்டுகளாக எழுத்து, கவிதை, பாடல்கள் என்று தாம் கோலோச்சிக் கொண்டிருந்தாலும் அங்கொன்றும் இங்கொன்றுமாய் கிடந்த உணர்வுகளைச் சேர்த்து கவிதைகளாக்க முயன்றுள்ள என் புது எழுத்துக்களை கவிதைகளென ஏற்க, தாயென பரிந்ததோடன்றி அதனைக் கவிதை மரபுக்குள்ளும் சேர்த்து அணிகலன்கள் செய்து அழகு பார்த்து அணிந்துரை அளித்துள்ள என் மதிப்பிற்குரிய மூத்த கவிஞர் திரு.அறிவுமதி அவர்களுக்கு என் மனமார்ந்த நன்றிகள்!

ஆட்சிப் பணிக்கான நிர்வாகத்திறனையும் எழுத்துப் பணியையும் ஒருங்கே, இத்தனை நேர்த்தியாய் இவரால் எப்படிச் செய்ய முடிகிறது என்று என்னை பல நேரங்களில் வியக்க வைத்தவர் என் மதிப்பிற்குரிய மூத்த ஆட்சிப் பணியாளரான ஐயா திரு.இறையன்பு, இ.ஆ.ப., அவர்கள், என் கவிதைகளை அது எழுதப்பட்ட விதமாகவே புரிந்து கவிதைகளைக் காட்டிலும் அழகாய் வாழ்த்துரை வழங்கியுள்ளார் அவருக்கும் என் மனமார்ந்த நன்றிகள்!

இப்பதிப்பை அச்சிட்டு வெளியிடும், நியூ செஞ்சுரி நிறுவனத்தாருக்கும் என் மனமார்ந்த நன்றிகள்!

பிரியமுடன்

ஜெ.விஜயாராணி ஐ.ஏ.எஸ்
vijayaranijjvijayarani@gmail.com

படம்: அஜய்வர்மன்

சிறந்த
கவிதைத் தொகுப்புக்கான
'52வது தேசியப் பொது
நூலகத்துறை விருது'
பெற்றது

உன்னுடனேயே...	21
என்னைச் செதுக்கிய நீ!	23
தெய்வம் தொழுகையிலும்	25
கடியார தவறு!	27
புள்ளியாய்...	29
தொட முடியா!	31
விடை பெற முடியாது...	33
பிறப்பும் இறப்பும்	35
கிட்டவேயில்லை...	37
தேடல்...	39
நீயும் நானும்	41
சுயவிவர புகைப்படம்	43
வங்கணத்தா..!	45
உன்னில் என்னைத்தேடி	47
ஒருமை	49
சம்பிரதாய செருப்பு	51
யுகங்கள் கடந்து	53
காதலெனும் மூத்தகுடி	55
புதிய அகராதி	57
பக்கம் சேராது...	59
கேள்வித் தீ	61
விட்டுச் சென்றாய்...	63
தீ எரியும் சாஸ்த்திரம்	65

பொருளடக்கம்

செத்துப்போ !	67
மெல்லினமும் வல்லினமும்	69
மரண வலி தீண்டி	71
மறந்து விட்டாய் !	73
ஏற்றாயா? இல்லையா?	75
பகையறுத்து...	77
பௌர்ணமி மனது	79
அவலமே அமிர்தமென்று..!	81
நிச்சயமேயில்லாமல்	83
முகமூடி கிழிந்தபின்	85
குட்டி குட்டியாய்...	87
மூலையில் கிடக்கிறேன்	89
வெற்றுக் கழிவாய்	91
குறிப்பறிதல்	93
பொய்க்கம்பீரம்	95
சிறகின் சுமை	97
நேர்மை	99
திரும்பிட இயலா	101
விழித்துளி	103
என்ன குற்றம்	105
எஞ்சிய கேள்விகள்	107
வெறும் பகடியா?	109
உயிர் பிரிந்தேன் !	111

விரல்கள் தொட்டுவிடும்,
வெகுதூரத்தில் இதயம்!

உன்னுடனேயே...

முகில் பஞ்சாகி
வானம் துறந்து
முன்னே வர,
காற்றும் கூட
தூரம் மறந்து
தொடர்ந்து வர,
என் நெஞ்சம் மட்டும்
நகரும் தேகம்
தொடர்ந்து வாராது
வேண்டாமெனத் தள்ளிடும்
உன்னுடனேயே
நின்று கொண்டது!

என்னைச் செதுக்கிய நீ!

தான்!
எனும், என்னை
அழித்து விட்டு
வெள்ளை
மனுஷியாக்கியது,
உன்னருகிருந்து
உன் இயல்புகள் உற்று
நீ அறியாது
என்னைச் செதுக்கி
செய்த நாட்கள்!

தெய்வம் தொழுகையிலும்

அதென்னவோ தெரியவில்லை!
இப்பொழுதெல்லாம்
தெய்வம் தொழும்
நேரங்களில் கூட
தானாகவே,
நினையாமலே,
இடை வந்து
நிற்கிறது
உந்தன்
முகம்!

கடியார தவறு!

அதென்ன
மணிகளையும்,
நாட்களையும்,
நிமிடங்களாக
மாற்றிக்காட்டும்
தவறு செய்யும்
கடியாரங்களே
உன் மணிக்கட்டு
வந்து சேர்கிறதா?
அவை வேண்டாம்
தூக்கியெறி!
உனக்கு நல்ல கடியாரம்
வாங்கித் தருகிறேன்!

புள்ளியாய்...

என்
குறுஞ்செய்தி கேள்விகளுக்கு
ஒற்றை
வார்த்தைகள் தாண்டி
வரிகளில் வரும்
விடைகளில்
தெரிகிறது
ஒரு புள்ளியாய்
உன்
சிறு கரிசனம்!

தொட முடியா!

வெறும்
மயில்பீலிதானே
என நினைத்தேன்.
எவரும் தொட இயலா
என்
இதய ஏட்டினுள்
மெல்ல நுழைந்து
பக்கங்களை
பலமாய்
பற்றிக்கொண்டு
நகர மறுத்து
கவிதைகளாய்
மாற்றிக் கொண்டிருக்கிறாய்
நீ!

விடை பெற முடியாது...

உன்
உள்ளங்கையுள்
கிடக்கும்
சிறு பேசிப் பெட்டியை
சற்று உற்றுப் பாரேன்
உன் விரல்களின்
அழுத்தத்தில்
"விடை" பெற முடியாமல்
மூச்சு முட்டிக் கிடக்குது
என் குறுஞ்செய்திக்
கேள்விகள்!

பிறப்பும் இறப்பும்

எவ்வழி உள்ளத்தின்
உள் வருகிறாய்
என்று தெரியவில்லை.
விளிம்புகள் கடந்து
வழிகிறாய்!
நிறைகிறாய்!
மூழ்கி திணறுகையில்
பிறப்பைக் காட்டிலும்
சுகமாயும்
மூச்சு முட்டி
வெளி வருகையில்
இறப்பைக் காட்டிலும்
கொடிதாயும்
முரண்பட்டு
தவிக்கிறேன்!

கிட்டவேயில்லை...

பால் நிலா பொழிந்திருக்கும்,
நீலக் கடல் நீண்டிருக்கும்,
மேக விளிம்பு
ஆழியிடை தீண்டியிருக்கும்,
இம்முழுமதி பொழுது
என்றுமே கிடக்குதடா,
விரல்கள் கோர்த்து
அருகமர்ந்து, மனம் தொலைந்து,
லயித்து ரசித்திட,
தேடிய விரல்கள் மட்டும்
கிட்டவேயில்லையடா!

தேடல்...

காணும் பொழுதுகளில்
கண்கள் பார்த்திருக்க,
கருவிழியில் கலந்திட்டாய்!
இதழ்கள் பேசிய பொழுது
செவியுள் சேர்ந்திட்டாய்
காணாத பொழுதில்
செவியும் விழியும்
தேடவில்லையே?
உள்ளமல்லவா
தேடுகிறது!
உணர்வுகளுள்
எவ்விதம் சேர்ந்தாய்?
என்பதறியாது
வியக்கிறேன்!

40 | உற்றுயிர்த்துத் தேடலாகி...

நீயும் நானும்

எண்ணங்களை
மனது கோர்த்து
முடித்திடும் முன்னரே
வார்த்தைகளால் சேர்த்து
பிரவாக - மாக்கிடும்
நீயும்!
வாழ்தலுக்குத் தேவையான
வார்த்தைகளைக் கூட
மௌனங்களால்
பேசிக் கொண்டிருக்கும்
நானும்!

சுயவிவர புகைப்படம்

அலைபேசியின்
சிறு வட்டத்துள்
சிரித்துக் கிடக்கிறாய்..
விரைந்து வேறெதுவோ
தேடுகையிலெல்லாம்
விரல்களிடையில்
சிக்குகிறாய்.. தேடுவது மறைய
சுற்றம் மறந்து சட்டென்று பூக்குது
புன்னகை!
பின்பு தேடியது நினைவு வர,
விரைந்து தேடுது விரல்கள்.
புன்கையும், தேடலுமாய்
அனுதினமும் தொடருது
உனக்கும் எனக்குமான
ஓரங்க நாடகம்!

44 உற்றுயிர்த்துத் தேடலாகி...

வங்கணத்தா..!

உன்
வினாக்களுக்கான
விடைகளை
என் அலைபேசி
சிற்றலைகள்
சிறகடித்து
உன் செவி கொண்டு
சேர்க்குமுன்,
வங்கணத்தா!
வீசி மறையும் காற்று போல்
எவளோ ஒருத்தியை
"வாடிக்கையாளரை
தொடர்பு கொள்ள முடியாது"
என்று சொல்லவைத்து
தொலைந்து போகிறாயடா!

உன்னில் என்னைத்தேடி

முதல் நாளின்
சிறு புன்னகை,
அடுத்து இதழோரத்து
குறுஞ்சிரிப்புகள்,
சில நேரத்து
ஒற்றைப் பார்வைகள்,
என்றேனும் ஓரிரண்டு சொற்கள்,
பெரும்பாலும்
தொலைத்துக் கொண்டு
தேடிக் கலைக்க வைத்த
மௌனங்கள்... இதனுடேதான்
உன்னில் என்னைத்தேடி
கடந்து கொண்டிருக்கிறேன்!

ஒருமை

ஒருமையில்
அழைத்தால் கூட
உள்ளத்தின் அருகில்
வந்து விடுவேனோ என்று
என்னை.. தள்ளியே வைத்திருக்கும்
உன்னைத்தான்
நொடிப்பொழுது கூட
நீங்கிடாது
உள்ளமெல்லாம்
சுமந்து கொண்டு திரிகிறேன்
நான்!

50 | உற்றுயிர்த்துத் தேடலாகி...

சம்பிரதாய செருப்பு

உயிர் மெய்யென
சர்வமும் சமர்ப்பித்து
உன் சுவாசம்
வீசுமிடமெல்லாம்
சருகென சுழல்கிறேன்
நான்!
சம்பிரதாய
செருப்பணிந்து
மிதித்து மிதித்துச்
செல்கிறாய்
நீ!

யுகங்கள் கடந்து

உன்
ஒற்றை விரல்
மட்டுமேனும் கொடேன்!
பற்றிக் கொண்டு,
பகையறுத்து.
இந்த ஜகம் ஜெயித்து,
யுகங்கள் கடந்து,
வாழ்ந்து காட்டி
விடுகிறேன்!

54 | உற்றுயிர்த்துத் தேடலாகி...

காதலெனும் மூத்தகுடி

கோட்பாடு, கந்தல்
கிழிசல், நியாயம் என
பிரியம் மறைத்து
மனது மறுத்து
தர்க்கம் செய்கிறாய் நீ!
இவையெல்லாம்
தோன்றும் முன்னரே,
தோன்றிய மூத்த குடியடா
மனிதமும், மனதும்
அதை உயிர் வாழச்
செய்யும் காதலும்..,
ஏற்றுக்கொள்!
என வாதம் செய்கிறேன் நான்!
முடியாமல் தொடர்கிறது
பட்டிமன்றம்!

புதிய அகராதி

எங்கோ துருவங்களாய்
கிடந்தோம்,
எதுவாகவுமில்லை நாம்!
மௌனங்களே பெரும்பாலும்
மொழியாய் கிடந்தது.
புரிதல்கள் எவ்வடிவெடுத்து
இதயங்களுள்
புகுந்ததென்று
புரியவேயில்லை.
"உற்றுயிர்த்து"
கிடந்தால் மட்டுமே
சாத்திய மென்றஒன்று
இலக்கணம் உடைத்து
புதிய அகராதி
படைத்தது நம்முள்!

பக்கம் சேராது...

விரைந்தோடிய
வெள்ளை முயல்
வேலி தட்டி
நின்றார் போல
தூரம் தட்டி
"பக்கம்" சேராது
தனித்து நிற்குது,
சட்டென்று தள்ளிடும்
உன் மனதை
எழுதிட இயலா
கவிதைகள்!

ஜெ.விஜயாராணி ஐ.ஏ.எஸ்

60 | உற்றுயிர்த்துத் தேடலாகி...

கேள்வித் தீ

உயிரின் ஒரு பகுதி
இழந்தாற்போல்
உனை விட்டுச்
செல்வதா?
எது வரினும் வரமென
விடாது
பற்றிக் கொள்வதா?
பற்றி எரியும்
கேள்வித் தீ
என்னைப் பற்றி
தின்று விடுமுன்
பதில் சொல்லிவிடேன்!

விட்டுச் சென்றாய்...

எது வேணுமோ கேள்
எல்லாமே உனக்குத்தான்
என்றாய்!
மனம் கரைந்து,
மண்டியிட்டு,
யாசித்து,
ஒரு துளி காதல்
கேட்டேன்,
விட்டுச் சென்றாய்.
விட்டு விட்டு
சென்றே விட்டாய்,
வேறு வழியின்றி
கிடக்கிறேன்
வெறும் சடலமாய்!

தீ எரியும் சாஸ்த்திரம்

என் நேசம்
ஏற்க மறுத்து,
உன் நெஞ்சம்
சிறை வைத்த
சாஸ்திரங்கள்,
நீ கிடைக்காது
நான் தீ எரிகையில்
என்னோடு செத்துப்போகும்.
அன்று நீ
என்னைத் தேடுவாய்!
அன்றும் உன் விரல்கள் கூட
தீண்டிட இயலாமல்
அருகிலேயே
தவித்துக் கிடப்பேன்
தனியாக, வெறும் உயிராக!

செத்துப்போ!

செத்துப்போ,
மனதை
தரமாட்டேன்
என்கிறாய்.
போகிறேன்!
பின்
யாரைத் தேடிக்
கண்டறிவாய்
பொக்கிஷமென
அதைப் பெற்றுக்கொள்ள?

மெல்லினமும் வல்லினமும்

மெய் சேர்ந்து
கலந்திடுகையிலெல்லாம்
மெய்யுள் பொத்திக் கிடக்கும்
உயிரும் கலப்பதாய்
நம்பிக் கரையும்
மெல்லினமும்,
உணர்வுக் கழிவு
உந்தி தொலைக்க மட்டுமே
மெய் கூடி,
மாறி மாறித்
தேடி அலையும்
வல்லினமும்!

மரண வலி தீண்டி

மனதில்
காதல் சுமந்து,
இதழ்களில்
சொல்லிட இயலா
மௌனம் சுமந்து,
உன்னருகே அமர்ந்திருந்து,
பயணத்தின் முடிவில்
புன்னகைத்து,
பிரிந்த நாட்கள்,
மனம் மரணத்தின்
வலி தீண்டி
மீண்ட நாட்கள்!

மறந்து விட்டாய்!

உள்ளம் கொண்டது
உள்வைத்து கொண்டாய்,
உதடுகள் தைத்து கொண்டாய்,
உணர்வுகள் மௌனித்து கொண்டாய்,
இத்தனையும் கொண்டு
உன்னைச் செய்து கொண்டாய்,
செய்த விதமும் சொல்லாது
உள்ளத்தின் ஆழம்
புதைத்து கொண்டாய்
புதைந்தே கிடப்பது
வைரமாகாது என்பதை
மட்டும் ஏனோ
மறந்து விட்டாய்!

74 | உற்றுயிர்த்துத் தேடலாகி...

ஏற்றாயா? இல்லையா?

அடைகாத்து கிடந்த
காதல் ஒருநாள்
இதழ்களை முட்டியுடைத்து,
உன் செவி தேடித் தொட்டது.
வெறும் ஒற்றைப்பார்வை
பார்த்தாய்..!
தேர்வு முடிவுகளின்
அறிவிப்புக்குப் பின்னும்
முடிவுகள் அறியாது,
நரக யுகங்களாய்
நகர்ந்தது..
ஏற்றாயா? மறுத்தாயா?
என்றறிய இயலாது
நகர்ந்த நொடிகள்!

ஜெ.விஜயாராணி ஐ.ஏ.எஸ்

பகையறுத்து...

வாளெடுத்து யான் வீசி
நின் நெஞ்சம் பகையுறுத்த,
சிரம் கொய்து
துஞ்ச செய்வதல்ல
நேசம்!
பகையின்
அகம் வேரறுத்து,
பாதங்கள் பணியச்செய்து
நின்றன் வலி நீக்கி
மனது உஞ்ச செய்வதே
நெஞ்சார்ந்த நேசம்!

பௌர்ணமி மனது

போர்த்திக் கிடந்த நிலவு
புறம் வந்து முகம் காட்ட
கிளர்ந்தெழுந்த அலை மனது
கரைக்கோடு
தொட்டுத், தொட்டுத் திரும்ப
மௌனித்து கிடந்த
கடல் புத்தி,
அலை கோடு
தொடுகையிலெல்லாம்
அதட்டிட முடியாமல்
சொல்லொண்ணா
அவஸ்தையில் தவித்தது!

அவலமே அமிர்தமென்று..!

மனதும் புத்தியும்
உணர்வும் ஒன்றாகி,
சரணடையும் சன்னதியாம்
உன்னதக் காதல்!
வெறும் கூட்டல் கழித்தல் கணக்கில்
கட்டிவைத்த காதலில்
தவறிப்போக,
தவறிப்போன உன்னதம்
திரும்ப வாராது,
வாழ்க்கையின் இறுதிவரை
அவலமாய் நீளுது!
அவலத்தை அமிர்தமென்று,
உன்னத சுவையறியாத,
"சவமும்" அதனுடனேயே
வாழுது!

நிச்சயமேயில்லாமல்

"உன்னைப் பிடிக்கும்" என்ற
ஒற்றை வார்த்தை
சொல்லி, என்றேனும்
உயிரில் நெடுநாளாய்
உன்னைச் சுமக்கும்
பாரம்
இறக்கிடுவாயென
என்றிலிருந்தோ
காத்துக்கிடக்கிறேனடா
நிச்சயமே இல்லாமல்!

84 | உற்றுயிர்த்துத் தேடலாகி...

முகமூடி கிழிந்தபின்

ஏற்றுக்கொள் அல்லது
தள்ளிவிடு !
மனதில் வரித்தும்
மறைத்தும் கொண்டு
உன் முகமூடிகளுக்காய்
புறந்தள்ளி, புறக்கணித்து,
புண்படுத்தி...
என்றேனும் காலக்காற்று
முகமூடி கிழித்தெறிய,
மனதுக்குள்
வரித்துக்கொண்டு
மறைத்த நேசம்
முள்ளாய் குத்துமடா !

ஜெ.விஜயாராணி ஐ.ஏ.எஸ்

86 | உற்றுயிர்த்துத் தேடலாகி...

குட்டி குட்டியாய்...

மழை நின்ற
மாலைப்பொழுதில்
உன் விரல் பிடித்து
நீள சாலையில் நடக்க வேண்டும்!
கடற்மணற் பரப்பில்
அருகமர்ந்து தோள்சாய்ந்து,
கிட்டாது போன தந்தையின் தோள்
தேட வேண்டும்!
மெல்லிதாய் நீ கவிதை படித்திட
உன் விழியில் தெரியும்
என்னில் நான் கரைய வேண்டும்!
தொன்று தொட்டு
குட்டிக் குட்டியாய்
நெஞ்சு நிறைய
கிடக்குதடா இப்படிக்
கிட்டாது போன
ஆசைகள்!

மூலையில் கிடக்கிறேன்

நீடித்து நேசித்து
கிடப்பது வலிக்கவில்லை...
இதயத்தின் மூலையிலாவது
கிடக்கிறேனே
என்று நினைத்தேன்
இல்லை! இல்லை!
வெறும் சட்டுமுட்டு
சாமானாய் எங்கோ
நினைவுகளின்
மூலையில் மட்டுமே
கிடக்கிறாய் என்று
நீ உணர்த்திய பின்னும்
உன்னை நேசித்து
கிடப்பதுதான் வலிக்கிறது!

வெற்றுக் கழிவாய்

எனக்கென்று எப்படி...
உன்னை இப்படி
செய்து கொள்கிறாய்?
உன் மனசு செய்த
கோடான கோடி செல்களில்
ஒற்றைச் செல்லில் கூடவா
உன்னைப் பிரிந்து
நெடுந்தூரம் சென்றுவிட்ட
நான் தொலைந்தேனா
திரும்புவேனா என்று
தேடுவதில்லை.
என் அத்தனை நேசமும்
வெற்றுக் கழிவாய்தான்
கிடக்கிறதா
உனக்குள்ளே!

குறிப்பறிதல்

மௌனமாய்த்தான்
கிடந்தேன்..!
அதீதமாய் காதலிக்கையிலும்,
உன் அலட்சியங்கள்
தந்த கோபத்திலும்,
பாராமுகங்களிலும்,
இருதயத்தின் ஆழம்வரை
நேசித்து,
மௌனமாகவே கிடந்தேன்..!
உன் மௌனங்களை
நான் குறிப்பறிவது போல்
என்றேனும் நீயும்
அறிந்து கொள்ளமாட்டாயா
எனும் நம்பிக்கையில்!

பொய்க்கம்பீரம்

எனக்கேயான கம்பீரம்
உந்தித்தள்ள, கர்வமாய்
சொல்லிவிட்டேன்!
"போ..!
இனி பேசமாட்டேன்
உனைப் பார்க்க மாட்டேன்" என்று,
ஆனால் உன்னை
பிரிந்த கனம் தொட்டு
ஒவ்வொரு நொடியும்
உன்னை பார்த்துக் கொண்டும்
உன்னுடன் பேசிக்
கொண்டுமே தான்
இருக்கிறேன் என்னுள்ளே!

96 | உற்றுயிர்த்துத் தேடலாகி...

சிறகின் சுமை

உன் பொழுதுகள்
இறக்கை கட்டித்தான்
பறக்கிறது!
ஆனால் உன்
சிறகுகளுக்கு அழகாய்
கற்பித்திருக்கிறாய்!
உனக்கு வேண்டாத சுமைகளை
விட்டெறிந்துவிட்டு,
வேண்டியதை மட்டும்
சுமந்து கொண்டு பறந்திட
கச்சிதமாய்
என் காதலை மட்டும்
தூக்கியெறிந்து விட்டு
சிறகடிக்கிறதே!

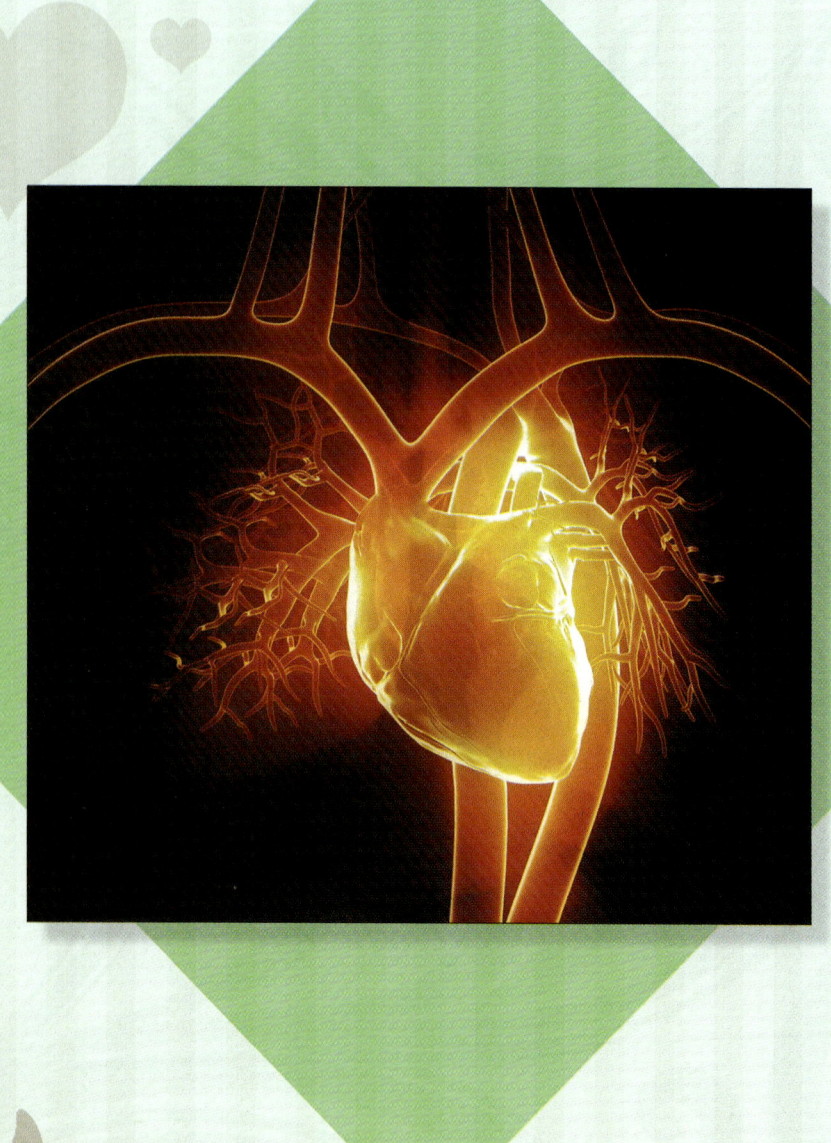

நேர்மை

என் இதயத்தின்
எந்தத் துகளும் உன்னை
ஏற்கவில்லை...
"தள்ளிப்போ" என்றாய்
உன் நேர்மை பிடித்தது.
ஆனால்,
என் இதயத்தின்
அத்தனை துகளையும்
யாரைக் கேட்டு
ஆக்கிரமித்தாய்?
அபகரித்தாய்?
எந்த வகை நேர்மை
இது?

ஜெ.விஜயாராணி ஐ.ஏ.எஸ்

திரும்பிட இயலா

நான் கூடத்தான்
நினைத்திருந்தேன்
நட்புக்கும் காதலுக்கும்
இடையே இடைவெளி
மிகவும் குறைவென்று!
ஆனால் அதை நீ
சொன்ன பொழுதுதான்
புரிந்தது!
காதலுக்கும் நட்புக்கும்
நெடுந்தூரமென்றும்
நட்பை விட்டு
நான் திரும்பிட
இயலா தூரம்
கடந்து விட்டேனென்றும்!

விழித்துளி

"சொல்லிடு"
நான் தான் கேட்டேன்!
பதில் சொல்லிடா
உன் மௌனத்தின்
கனம்
சுமந்திட இயலாமல்
வலிக்குதென்று
"நீ – நல்ல ஸ்னேகம்
என்றாய்"
என் விழியிலிருந்து
உருண்ட ஒற்றைத்
துளியில் கிடந்தது
அதை விடவும்
சுமந்திட இயலா
வலி!

என்ன குற்றம்

அன்று நாம் மனது பகிர்ந்த
மரநிழல் சாலைகளும்
மௌனம் பேசிய
கோயில் படிக்கட்டுகளும்
இன்று கடக்கையில்,
விழி பொத்திடும் இமை போல
நெஞ்சில் நிறையுது சுகந்தம்!
என்னக்குற்றம் கண்டு
வேண்டாமென விலகினோம்?
அன்றேனோ தெரியவில்லை,
அத்தனை குற்றங்களோடும் தான்
புறம் சிரித்து அகம் வலித்து
எந்த கைகள் கோர்ப்பினும்
கடந்திடும் காலமென்று..!

எஞ்சிய கேள்விகள்

இறுதியாய் எஞ்சிக்கிடந்தது
எனக்குள் வெறும் கேள்விகள்...
நான் வலித்து கிடக்கையில்
உன் வார்த்தைகள்
எனக்கு மருந்தாகவில்லை!
தொலை தேசம்
சென்று தவிக்கையில்
உன் உணர்வுகள்
என்னைத் தேடவில்லை!
தனித்துக் கிடக்கையில்
உன் தேற்றல்கள்
துணையாகவில்லை
நான் மட்டும் ஏன்
தவமாய் தவம் கிடந்து
உன்னை
நேசித்துக் கிடக்கிறேன்!

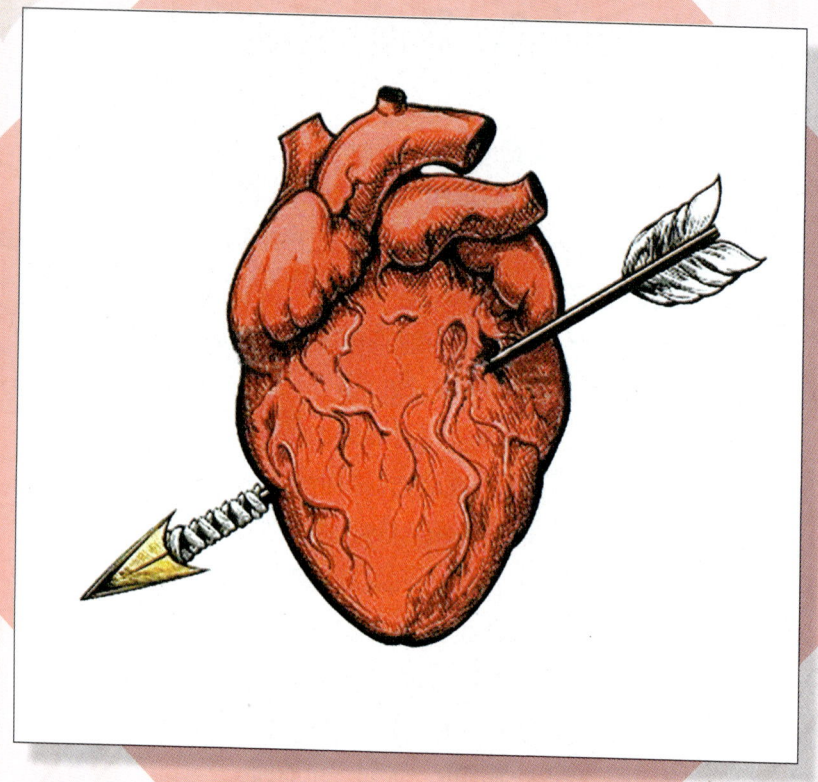

வெறும் பகடியா?

முந்தைகளில்
எந்தன் நேசா!
இந்தையில் நீ
ஏற்க மறுத்த
இதயத்திலிருந்து
உனைப் பிரிப்பது
முயங்கிட அவுடதம்
தாராது, நெஞ்சக்கூட்டினின்று
இதயம் வெட்டியெடுப்பது போல்
பெருவலி கொள்ளுதடா
இதைப் பார்த்து நீ
வெறும் பகடியென
நகைத்து கிடக்கிறாயடா!

உயிர் பிரிந்தேன்!

புரிகிறது...
உன் பார்வையின்
கேள்வி.
பிரிந்தால்,
உயிர்பிரிவேன்
என்றாயே;
உயிரோடு தானே
இருக்கிறாய்?
என்கிறாய்
ஆமாம் நான் நேசிக்கும்
உன் மூளைச் செல்கள்
என்னை பிரிவதைப்பற்றி
எண்ணிச் சிதைவதை
பார்க்க சகித்திடாமல்
சவமாய் பிரிந்துவிட்டேன்!